મેય મેય પોતાના નાનકડા દીકરા ચુન લી સાથે રહેતી હતી. તેમનું ઘર નદીની નજીક હતું. બન્નેનું ભરણપોષણ કરવા માટે મેય મેયને સખત કામ કરવું પડતું હતું. એની પાસે એક નાનકડું ચોખાનું ખેતર, થોડાં મરઘાં, શાકભાજીનો એક નાનકડો વાડો, મીઠા પાણીની થોડી માછલી અને એક બુઢ્ઢી ભેંસ હતાં.

Mei Mei lived with her young son, Chun Li. Their home was close to the river. Mei Mei worked hard to make a living for them both. She had a small paddyfield, some chickens, a small plot of vegetables, some fresh water fish and an old buffalo.

ડ્રેગનનાં આંસુ

The Dragon's Tears

Story by Manju Gregory
Pictures by Guo Le

Gujarati by Bhadra Patel

MANTRA
LINGUA

મીન નદીના વળાંકની વચ્ચે સરોવર ધીર અને શાંત દેખાતાં હતાં. ત્યાં સુંદરતા છલકાતી હતી. બધાં મળીને ચોવીસ સરોવર હતાં. મેય મેય નદી કાંઠે બેઠી બેઠી યાદ કરી રહી હતી. એને એ સમય યાદ આવ્યો જ્યારે ત્યાં એકેય સરોવર ન હતું. એને એનો મુશ્કેલ અને દુ:ખી સમય યાદ આવ્યો.

In the curve of the river Min the lakes looked calm and peaceful. They were filled with beauty. Twenty four in all. Mei Mei sat by the banks of the river remembering.
She remembered a time when there were no lakes at all.
She remembered a time of struggle and sadness.

ચુન લી દરરોજ નદીએ માછલી પકડવા જતો. એક દિવસ માછલી પકડવાની દોરીમાં તેને હંમેશ કરતાં વધારે ભાર લાગ્યો. તેને થયું, આજે તો સરસ માછલી પકડાઈ લાગે છે! પાણીના એક મોટા ઉછાળા અને ચાંદી જેવી છાંટણી સાથે એક સોનેરી માછલી પાણીમાંથી બહાર ફેંકાઈ...

Chun Li fished daily down by the river. One day the pull of the line was much, much more than usual. This promised to be a fine catch, he thought. With a mighty splash and a silvery spray a golden fish flipped out of the water.

...અને બોલી...

...and spoke...

"ચુન લી, મહેરબાની કરીને તું મને પાણીમાં પાછી ન નાખી દે? હું તને બદલામાં ઘણું બધું આપીશ." ચુન લી નવાઈ પામતાં બોલ્યો: "બોલતી માછલી!"

એણે ખૂબ કાળજીથી માછલીના મોઢામાંથી હૂક કાઢી નાખ્યું અને એ એમ કરતો હતો, ત્યાં તો એક મોટું અને ચળકતું મોતી બહુ જ ધીરિથી એના હાથમાં સરી પડ્યું. એણે આવું સુંદર મોતી પહેલાં કદી પણ જોયું ન હતું. "આ જાદુઈ મોતી તારું નસીબ બદલી નાખશે," પાણીમાં અદશ્ય થઈ જતાં માછલી બોલી.

"Chun Li, will you please throw me back in the water? I will repay you well."
Chun Li gasped: "A talking fish!" He carefully removed the hook from the fish's mouth and as he did so, a huge and gleaming pearl rolled gently onto his hand. He had never seen such a beautiful gem.
"This magic pearl will make your fortune," said the fish as it disappeared into the water.

પોતાની માને ઊંચે સાદે બોલાવતાં બોલાવતાં, ચુન લીએ ઘર તરફ દોટ મૂકી. મા આટલું અદ્‌ભૂત મોતી જોઈ આશ્ચર્ય પામી. ચુન લીએ તેને કહ્યું કે એ જાદુઈ મોતી હતું. એણે મોતીને સાવચેતીથી ચોખાની કોથળી પર મૂક્યું. અને તરત જ ત્યાં ચોખાની બે કોથળી થઈ ગઈ!

Chun Li ran back home, calling out to his mother.
She was astonished to see such a magnificent pearl.
Chun Li told her it was a magic pearl. He placed it
carefully on top of a sack of rice.
Straight away there were two rice sacks!

પછી તેમણે મોતીને ગાજરના ઝૂમખા વચ્ચે મૂક્યું. ગાજરનાં બે ઝૂમખાં!
મરચાંનો એક વાટકો. મરચાંના બે વાટકા!

Next they placed the magic pearl amongst
a bunch of carrots.
Two bunches of carrots!
A bowl of chillies.
Two bowls of chillies!

કાંટાળી લાયચીની એક તાટ.
કાંટાળી લાયચીની બે તાટ!

A tray of prickly lychees.
Two trays of prickly lychees!

પાકાં કેળાંનું એક ઝૂમખું.
પાકાં કેળાંનાં બે ઝૂમખાં!

A bunch of ripe bananas. Two
bunches of ripe bananas!

તાજાં ઈંડાંની એક બાસ્કેટ.
તાજાં ઈંડાંની બે બાસ્કેટો!

A basket of newly laid eggs.
Two baskets of newly laid eggs!

આ છોકરાને અને તેની માને આશીર્વાદમાં ખૂબ સારા નસીબ મળ્યા હતા.

The boy and his mother were blessed with great good fortune.

તેમણે પોતાને મળેલા સારા નસીબનો ડહાપણભર્યો ઉપયોગ કર્યો. એ બધું બીજાં સાથે સારી રીતે વાંટતાં અને આપવામાં તેમને આનંદ આવતો. અમુક લોકો તેમનાં માટે ખુશ થયાં. અમુક લોકોને શંકા ગઈ. બીજાંને અદેખાઈ આવી અને થોડાં જણે તેમને મળવા આવવાનું નક્કી કર્યું!

They used their fortune wisely. They shared well and enjoyed giving. Some people felt happy for them. Some people felt suspicious. Others were filled with envy and a few decided to pay them a visit!

મેય મેય પોતાનાં મરઘાંને ખાવાનું આપી રહી હતી ત્યાં તો તેને ઘોડાના ડાબલાનો અવાજ વધુ ને વધુ નજીક આવતો સંભળાયો. થોડી જ વારમાં એક નપાવટ અને ગુસ્સાવાળું ટોળું તેની આસપાસ ફરી વળ્યું. તે આટલી બધી પૈસાવાળી કેવી રીતે બની તે જાણવાની તેમણે માગણી કરી. મેય મેય એટલી બધી ગભરાઈ ગઈ હતી કે ગભરાટમાં ને ગભરાટમાં તેણે આખી વાત તેમને કહી દીધી.

ટોળાને તો ફક્ત એક જ વસ્તુ જાણવી હતી. "જાદુઈ મોતી ક્યાં છે?"

મેય મેયે જવાબ ન આપ્યો.

One day, as usual, Mei Mei was busy feeding her chickens. She heard the sound of galloping horses coming nearer and nearer and very soon she was surrounded by a mean and angry crowd. They demanded to know how she had become so prosperous. Mei Mei was terrified and in her terror she told the whole story.

Now the crowd only wanted to know one thing. "Where is the magic pearl?"

Mei Mei did not answer.

તેમણે તેને ધક્કો મારી એક બાજુ ખસેડી દીધી અને તેના નાના ઘરમાં ઘૂસી ગયાં.

They pushed her out of the way and entered her little house.

તેમના હાથમાં જે આવ્યું તે બધું તેમણે વેરવિખેર કરી ભાંગીતોડી નાખ્યું. ચુન લી જે કબાટમાં સંતાયો હતો તેનું બારણું કોઈએ ખોલ્યું. ગભરાટમાં એણે ઝડપથી જાદુઈ મોતી પોતાના મોઢામાં મૂકી દીધું.

લોકોએ તેને બહાર ખેંચી કાઢ્યો અને બરાડો પાડ્યો, "તારાં ખીસાં ખાલી કર! તારા હાથ બતાડ!"

"તારું મોઢું ખોલ!" કોઈએ બૂમ પાડી.

ચુન લીએ ધીરેથી મોઢું ખોલ્યું. પણ મોતી ત્યાં નહોતું. એ મોતી ગળી ગયો હતો.

ગુસ્સાથી ભરેલું ટોળું શોધવાનું બંધ કરી પાછું વળી ગયું.

They upturned everything in sight. Then someone opened the door of the cupboard where Chun Li was hiding. In his fright he quickly put the magic pearl into his mouth. The people dragged him out and screamed, "Empty your pockets! Hold out your hands!"
"Open your mouth!" shouted someone.
Chun Li slowly opened his mouth. But there was no pearl. He had swallowed it! The angry crowd gave up their search and rode away.

ચુન લી ધ્રૂજતો હતો. મેય મેયે એને બાથમાં લઈ પંપાળ્યો. એનું શરીર તાવથી તપતું હતું, એણે ઠંડક માટે પાણી માગ્યું. પહેલાં તો મેય મેય પાણીનાં પ્યાલાં લાવી, પછી તો એણે પાણીની બાલદી ઉપર બાલદી રેડવા માંડી પણ ચુન લીની તરસ છીપાઈ નહીં. એ તેને નદીએ લઈ ગઈ, જ્યાં તેણે એથીયે વધુ પાણી પીધું. પણ તેનું શરીર વધુ ને વધુ તપવા માંડ્યું. જાણે કે એમાં આગ ન લાગી હોય.

Mei Mei comforted her son who was shaking. His body was hot and feverish. He cried for some water to cool him down. First Mei Mei brought him cups of water, next she poured pails of water but he could not quench his thirst. She took him to the river where he drank even more water. But Chun Li just became hotter. His body felt as though it was on fire.

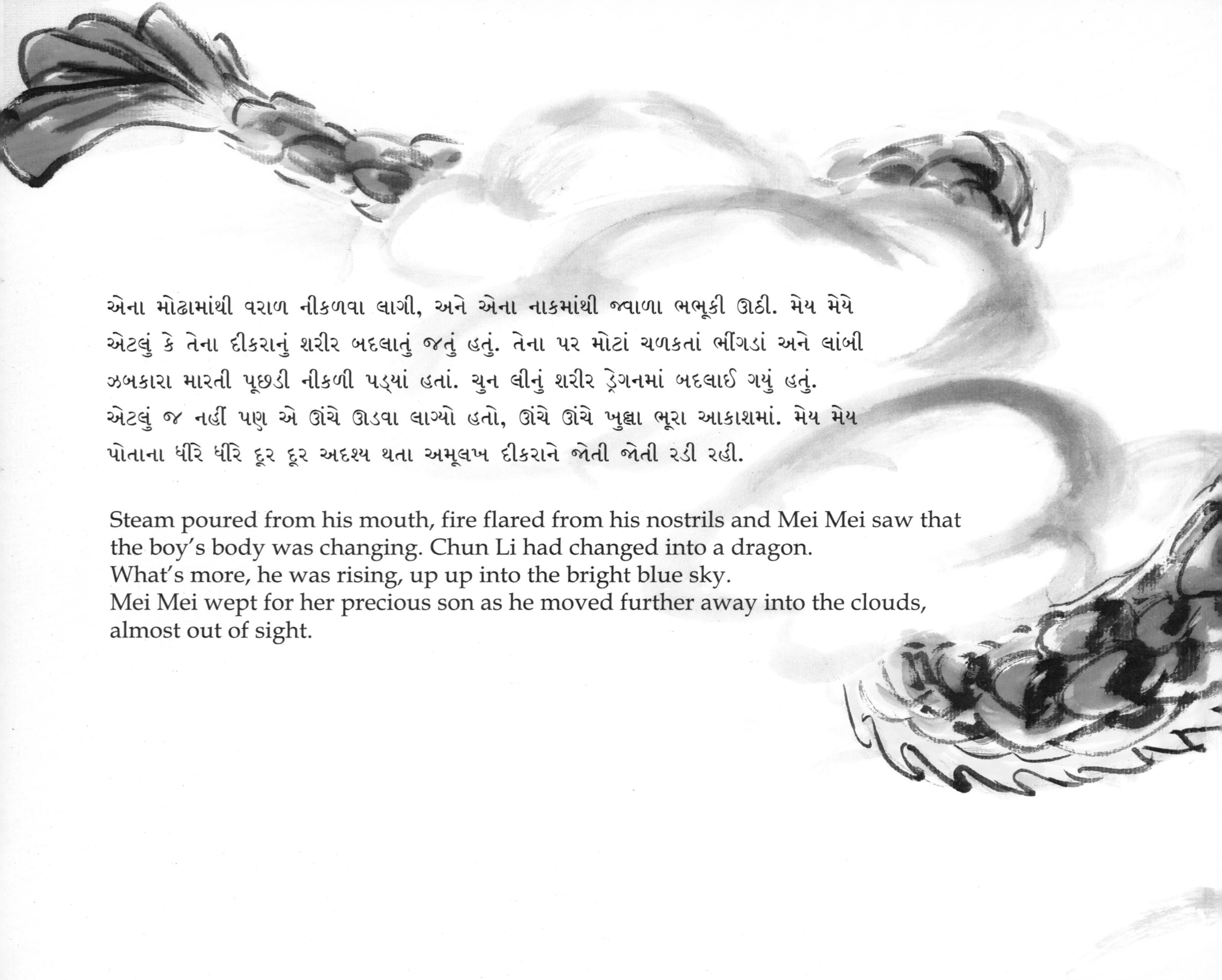

એના મોઢામાંથી વરાળ નીકળવા લાગી, અને એના નાકમાંથી જ્વાળા ભભૂકી ઊઠી. મેય મેયે એટલું કે તેના દીકરાનું શરીર બદલાતું જતું હતું. તેના પર મોટાં ચળકતાં ભીંગડાં અને લાંબી ઝબકારા મારતી પૂછડી નીકળી પડ્યાં હતાં. ચુન લીનું શરીર ડ્રેગનમાં બદલાઈ ગયું હતું. એટલું જ નહીં પણ એ ઊંચે ઊડવા લાગ્યો હતો, ઊંચે ઊંચે ખુલ્લા ભૂરા આકાશમાં. મેય મેય પોતાના ધીરિ ધીરિ દૂર દૂર અદૃશ્ય થતા અમૂલખ દીકરાને જોતી જોતી રડી રહી.

Steam poured from his mouth, fire flared from his nostrils and Mei Mei saw that the boy's body was changing. Chun Li had changed into a dragon.
What's more, he was rising, up up into the bright blue sky.
Mei Mei wept for her precious son as he moved further away into the clouds, almost out of sight.

એની માએ એને પાછા આવવા માટે ખૂબ કાલાવાલા કર્યા. ચુન લીનું માથું ધીરેથી વળ્યું અને તેની મોટી ઉદાસ આંખોમાંથી એક મોટું ભીનું આંસુ ખરી પડ્યું. એ મીન નદીના વળાંક પર પડ્યું અને એક મોતી જેવું ચળકતું સુંદર સરોવર બની ગયું. પછી બીજું એક આંસુ ખર્યું અને બીજું એક અને ફરી બીજું એક. એમ કરતાં એક એક આંસુનું એક એક સરોવર બની ગયું. કુલ મળીને ચોવીસ સરોવર થયાં.

She begged for him to come back. Chun Li's head turned slowly and from the huge sad eyes fell a great wet tear. It dropped in a curve of the river Min and a beautiful pearly lake was born. There fell another tear and another and another. Each turned into a lake until there were twenty four in all.

મેય મેય માંડ માંડ ઉપર જોઈ શકતી હતી. પણ જ્યારે તેણે ઉપર જોયું ત્યારે તેને પોતાની આંખ પર ભરોસો ન આવ્યો. એનો નાકડો દીકરો ચુન લી ધુમ્મસ વચ્ચે સરોવર પરથી ઊંચે ઊંચે ચડતો તેની તરફ દોડતો આવી રહ્યો હતો. એને આવકારવા તેણે પોતાના બન્ને હાથ પહોળા કર્યા.

ફળદ્રૂપ જમીન પર સરોવર ચળકાટ મારી રહ્યાં.

Mei Mei could barely look up. When she did, a most magical thing happened. Her young boy, Chun Li, was rising from the mists across the lake and running towards her. She reached out her arms to receive him.

The lakes glistened in the fertile landscape.